Minmin, Mingming

Precious Paloma

Ukiyoto Publishing

All global publishing rights are held by

Ukiyoto Publishing

Published in 2023

Content Copyright © Precious Paloma

ISBN 9789360160944

*All rights reserved.
No part of this publication may be reproduced,
transmitted, or stored in a retrieval system, in any
form by any means, electronic, mechanical,
photocopying, recording or otherwise, without the
prior permission of the publisher.*

The moral rights of the authors have been asserted.

*This is a work of fiction. Names, characters,
businesses, places, events, locales, and incidents are
either the products of the author's imagination or
used in a fictitious manner. Any resemblance to
actual persons, living or dead, or actual events is
purely coincidental.*

*This book is sold subject to the condition that it shall
not by way of trade or otherwise, be lent, resold,
hired out or otherwise circulated, without the
publisher's prior consent, in any form of binding or
cover other than that in which it is published.*

www.ukiyoto.com

Dedication

I dedicated this story for those people who love cats or also called as "ailurophile". I would like also to thank Ukiyoto Publishing for making my dream come true and to my special someone thank you for all the support love lots! And for my fur buddies you all my inspiration for this story. I love you all my masters!

Contents

Minmin Is Mean	1
Minmin Turned Into Mingming	7
Mingming Isn't Meowing	15
Minmin Is Sweet	21
Mingming Loves Minmin	27
Love Of Feline	33
About the Author	38

Minmin Is Mean

"You cannot ask for more if you are having a cat to love you unconditionally."

~**Charles Dickens**

~*~

"Mama may tae na naman ng pusa sa ilalim ng kama ko!" nanggagalaiting sigaw ko nang magising ako dahil sa mabahong amoy ng poop sa loob ng kwarto ko. Araw-araw na lang ganito. Nakakainis na!

"Linisan mo na lang, Minmin. May ginagawa rin ako dito!" sigaw din ni mama pabalik sa akin. Nasa kusina siya at nagluluto ng ulam na ilalako niya mamaya. Mula sa kwarto ay amoy na amoy ko ang niluluto niyang menudong baboy.

"Nakakabuwiset na talaga 'yang alaga ninyo 'ma! Itatapon ko na talaga 'yon!" reklamo ko sa kanya pagkakuha ko ng basahan sa ilalim ng lababo.

"Hayaan mo na anak. Sabi ko naman sa'yo masanay ka na e. Ganyan talaga kapag may bunsong kapatid!" natatawang sabi sa akin ni mama. Nakuha niya pa talaga akong tawanan. *Tsk!*

"Ewan ko sa inyo!" masungit kong saad bago bumalik ng kwarto para linisan ang poop ng pesteng mingming na 'yon! Wala naman akong ibang choice kundi linisan iyon.

Nakasuot ako ng limang piraso ng facemask habang nililinis ko ang poop sa ilalim ng kama ko. Ang baho-baho pa naman ng poop at pee ng mga pusa kaya ayoko talaga sa kanila e! At ang pinaka-nakakainis pa sa lahat 'yung mga balahibo nila na kung saan-saan nakadikit lalo na sa mga black tee-shirt ko.

Mahuli ko lang talaga 'yung mingming na iyon puputulan ko siya ng paa para hindi na siya makalakad at makapasok sa loob ng kwarto ko. Kaiyamot!

"Saan ko ho ito ilalagay?" walang kagana-ganang tanong ko kay mama hawak ang basahan na pinangpunas ko sa poop ng alaga niya.

"Tapon mo na lang diyan sa basurahan sa labas 'nak. Tamang-tama kukunin na rin iyan mamaya ng truck ng basura," sagot ni mama. Inirapan ko lang siya. "Kumain ka na rin dito ng almusal," rinig kong sabi niya nang nasa na labas ako.

Nakita ko si Mingming sa kabilang bahay. Sinamaan ko siya ng tingin nang lumingon siya sa akin. Sa inis ko ay kinuha ko ang isang pares ng tsinelas ko at binato ito sa kanya. Tumakbo naman siya palayo sa akin.

"Lintek ka! 'Wag ka ng babalik dito kahit kailan! Peste!" sigaw ko. Napalingon 'yung mamang nakarinig sa akin. Nagtataka ang reaksyon habang nakatitig sa akin. Iniisip siguro niyang nasisiraan na ako ng ulo dahil nagsasalita ako mag-isa ng walang kausap. Hindi ko na lang siya pinansin at bumalik na ako sa loob.

"Sino na namang kaaway ng anak kong maganda?" pambobola ni mama pag-upo ko para mag-almusal.

"Yung magaling ninyong pusa!" inis kong saad habang nagsasandok ng kanin sa plato ko.

"Magtataka pa ba ako?" natatawang ani mama "Itong adobo na lang ang ulamin mo anak, 'wag na iyang isda. Kay Mingming na lang natin iyan," sabi ni mama nang dadamputin ko ang pritong galunggong.

"Ayoko ng adobo 'ma! Gusto ko ng prito!" himutok ko.

"Hindi pa kasi siya kumakain kaya magparaya ka na," sabi ni mama at hinaplos-haplos ang likod ko.

Hindi na lang ako kumibo at tahimik na kumain ulam ang adobong manok. Pero sa loob-loob ko naiinis ako sa pusang 'yon. Subukan lang talaga niyang umuwi mamaya. Malalagot talaga siya sa akin!

"Tapos ka na agad kumain, anak?" ani mama nang mapansing tumayo na ako kahit hindi pa ako tapos kumain.

"Opo," sagot ko at mahinang bumulong sa hangin. "Nakakawalang gana e!"

Pagbalik ko sa kwarto padabog kong sinara ang pinto. Inayos ko muna ang uniform na susuotin ko bago dumiretso ng banyo para maligo. Maaga pa ang pasok ko at hindi ako puwedeng ma-late ngayon dahil gagamitin ang klase namin sa demo-teaching ng practice teacher namin sa English.

"Alis na ako 'ma!" paalam ko nang handa ng umalis.

Nasa may pinto na ako nang sumunod sa akin si mama. Inabutan niya ako ng lunchpack na malamang adobo na naman ang ulam. Almusal ko na nga kanina tanghalian pa rin mamaya. *Tss!* Hindi naman sa nagrereklamo ako na ito ang ulam ko. Ang hindi ko kasi matanggap parang mas iniisip ni mama ang alaga niyang pusa kaysa sa akin na anak niya.

"Saka pala anak, kapag nakita mo si Mingming pauwiin mo ha? Kanina pa kasi iyon hindi umuuwi siguradong gutom na iyon," nakangiting sabi sa akin ni mama.

Hindi ko pinansin ang sinabi niya at agad ko siyang tinalikuran. Nakakainis talaga ang pusang iyon! Parang mas anak pa tratuhin sa akin.

Pauwiin?

Kapag nakita ko 'yung Mingming na iyon hindi na makakauwi iyon sa bahay dahil papatayin ko na siya! *Letseng peste!*

Mainit ang ulo ko at nakabusangot habang naghihintay ng tricycle sa kanto nang makita ko si

Mingming na nakaupo sa mesa ng karenderya ni Aling Pauletta na matagal ng nakasarado. Mukhang may hinihintay ang pesteng pusa. Araw-araw ko na lang siyang nakikita doon sa umaga bago ako umalis at ganoon din sa hapon pag-uuwi ako. Siguro hinihintay niyang magbukas ulit ang karenderyang iyon para makapagnakaw siya ng ulam.

Pulubi! Akala mo naman ginugutuman sa bahay namin. Uulamin ko na nga lang ibibigay pa sa kanya tapos hindi pa siya maging thankful?

Luminga-linga ako sa paligid at tamang-tama may nakita akong patpat sa basurahan. Pasimple ko iyong dinampot at marahang lumakad sa kinaroroonan niya para ipalo iyon sa kanya. Hindi ko alam kung bakit ganito lang ang init ng dugo ko sa kanya. Siguro labis lang talaga ang pamumuhi ko sa kanya kaya gusto ko na siyang mawala.

Nang malapit na ako sa kanya ay bigla siyang tumakbo palayo sa akin. Argh! Talagang gusto niya pa akong paghabulin sa kanya. Akala niya siguro nakikipagbiruan ako sa kanya!

Papatayin ko talaga siya para mawala na siya sa buhay namin!

Nakatuon ang buong atensyon ko sa kasusunod sa kanya kaya hindi ko napansin ang matulin na sasakyang papadaan.

"Mingming!"

"Meow!"

Minmin Turned into Mingming

"A part of your soul remains asleep if you have not loved an animal."

~Anatole France

~*~

"Mingming ko!"

Narinig kong humahagulgol si mama habang nakayakap nang mahigpit sa akin at tila ayaw na akong pakawalan sa bisig niya.

"Madam! Isa po akong veterinarian. Sa tapat ng market lang po ang clinic ko. Mabuti po siguro kung dalhin muna natin ang pet ninyo sa clinic para po maagapan ang natamo niyang sugat," rinig kong sabi ng babaeng lumapit kay mama. Hinaplos-haplos niya ang likod ni mama na parang pinapakalma.

Ano bang nangyayari? Bakit umiiyak si mama? Saka bakit buhat ako ng babae?

Sht! Shit! Shit!

Sunod-sunod ang mga mura ko sa isip nang ma-realize kung nasaan ako ngayon. Nasa katawan ako ni mingming!

Paano nangyari 'to?

Pilit kong inaalala ang mga nangyari. Naalala kong papasok ako sa school. Naghihintay ako sa kanto ng tricycle tapos nakita ko ang pesteng si Mingming na nakaupo sa mesa ng karenderya ni Aling Pauletta na matagal ng sarado. Pagkatapos noon ay wala na akong ibang maalala.

Ano ito? Anong ginagawa ko dito? Nasaan ang katawan ko? Bakit nasa katawan ako ng pusang 'yon?

"Magiging okay lang naman po siya 'di ba doc?" bakas sa boses ni mama ang labis na pag-aaala habang nakatingin sa akin na luhaan ang mga mata. I mean hindi sa akin kundi kay Mingming.

Paano ko kaya sasabihin kay mama na ako 'to? Na si Minmin 'to at hindi ang magaling niyang pusa na si Mingming?

Sinubukan kong magsalita pero meow ang lumabas sa bibig ko. *Fvck!*

"Don't worry madam, hindi naman po malala ang lagay niya. Look at her she seems talking to you," sabi ng doctor na akala mo naman talaga ay totoong naiintindihan ang pinaparating ko.

"Mingming, pagaling ka na agad okay? Uuwi na tayo sa bahay," sabi ni mama at niyakap nang mahigpit si Mingming. Naramdaman ko ang luhang tumulo sa mga mata niya.

Hindi ko maiwasang masaktan. Naghihimutok ang damdamin ko ngayon. Bakit pakiramdam ko mas mahalaga kay mama ang pusa niya kaysa sa akin na anak niya? Hindi niya ba alam kung anong lagay ko ngayon? Hindi niya man lang ako hinahanap. Talaga bang mas mahal niya kaysa sa akin ang peste at walang kwenta niyang alaga?

"Doc, hanggang kailan po mananatili sa clinic ninyo si Mingming ko? Mahirap lang po kasi kami at wala po akong sapat na pera pambayad dito," ani mama.

"Huwag na po kayong masyadong mag-alala, Madam. Ako na pong bahala sa lahat. At saka bukas na bukas din po puwede ninyo nang maiuwi agad si Mingming," sabi ng doctor kay mama saka siya lumingon sa akin at ngumisi. Pakiramdam ko may something sa kanya. Hindi kaya alam niyang nasa katawan ako ng pusang 'to? "Pero sa ngayon po mananatili muna po siya sa clinic ko para ma-check ko po kung may iba pa siyang fracture."

"Maraming salamat po doc, napakabait ninyo po!" sabi ni mama at niyakap si doc.

Nakatingin pa rin sa akin 'yung doctor. May nararamdaman talaga akong kakaiba sa kanya at kailangan kong malaman ang totoo!

"Kayo po ang mabait madam," nakangiting sabi ng doctor kay mama. Kinuha niya ang palad ni mama at pinisil ito ng marahan. "Mabait at mapagmahal po kayo sa mga hayop lalo na po sa mga pusa."

"Parang anak na rin po kasi ang turing ko kay Mingming at mahal na mahal ko po talaga siya, doc." Lumungkot ang boses ni mama nang lingunin si Mingming. "Nang malaman kong nadisgrasya siya pakiramdam ko pinupunit ang puso ko."

"Huwag na po kayong mag-alala, Madam. Sigurado po akong mahal na mahal din po kayo ni Mingming!"

Tahimik na pinanood at pinakinggan ko lang sila habang nagkukuwentuhan tungkol sa mga pusa. Kung nasa katawan ko lang ako ngayon malamang naka-poker face lang ako habang nakatingin at nakikinig sa kanila.

Hindi ko maintindihan kung bakit obsess sila masyado sa mga pusa. Ano bang meron sa kanila? Maliban sa mahabo ang poop, mabalahibo at feeling may-ari ng bahay. Akala mo sila ang nagpapalamon sa nag-aalaga sa kanila. Madalas pang nakakasira at nakakabasag ng mga gamit kapag naglalaro sa loob ng bahay. Ganoon na ganoon si Mingming kaya ayoko sa mga pusa. Ayoko sa kanya!

Kahit wala akong hilig sa pet kung papipiliin ako sa dalawa; aso o pusa? Ang aso ang pipiliin ko. Mas matalino kaysa sa mga pusa at mas maaasahan. Ika nga ay man's bestfriend pa. Kaya nga hindi ko maintindihan ang mama ko kung bakit nag-alaga ng pusa. Ni hindi ko nga maalala kung paano napunta sa amin ang pusang iyon o kung saang lupalop ng daigdig nanggaling.

"Doc, mauuna na po pala muna ako. Maglalako pa po kasi ako ng ulam at meryenda," rinig kong paalam ni mama kay doc. "Gusto ninyo po bang dalahan ko kayo dito? Libre ko na rin po sa inyo dahil tinulungan ninyo ang alaga ko."

"Sige ho kung okay lang po sa inyo."

"Sige po, doc. Babalik po ako agad," sabi ni mama at nagmadali nang umalis.

Pag-alis ni mama lumapit sa akin ang doctor na tumulong sa kanila ni Mingming at marahang hinaplos ang makapal na balahibo ni Mingming.

"I'm glad you're okay," sabi ng doctor. "What do you want to eat? Cat food or canned tuna?" tanong niya as if sasagot ang pusang kinakausap niya. "or you want some dish like adobo and pritong galunggong?"

Doon ko nakumpirmang may mali talaga sa kanya. Hindi ko masabi ang gusto kong sabihin dahil meow lang naman ang kayang lumabas sa bibig ko. Pero marami akong bagay na gustong sabihin at itanong sa kanya.

"For now, you have to eat this," sabi niya pagkahain ng cat food sa harapan ko.

Kahit hindi ako kumakain ng cat food kailangan kong kumain dahil nagugutom na talaga ako. Sa ngayon naman wala akong ibang choice kung hindi kainin ang mga pagkaing ibibigay ng doctor na 'to kay Mingming. At siguro naman dahil isa siyang veterinarian hindi niya ilalagay sa kapahamakan ang buhay ng patients niya. Gutom na gutom ako kaya wala ring awat ang pagkain ko na para ngayon lang ulit ako nakakakain sa tanang buhay ko. Maya't maya namang sinasalinan ng cat food ni doc ang stainless na bowl.

"Masama kasi ang ugali mo," biglang imik ni doc habang kumakain ako. Hindi ako tumigil sa pagkain pero nakikinig ako sa sinasabi niya. "You deserve that."

Ang kapal naman ng mukha niya para husgahan ako! Sino ba siya sa akala niya? Pasalamat siya hindi ako makapagsalita dahil kung hindi mumurahin ko talaga siya!

"You will stay forever a cat until you won't change your attitude about them," sabi pa niya na hindi ko maintindihan ang ibig niyang sabihin. "Yes, I punished you. Anyways, I'm the Cattest, also known as Doc Precious. Ako ang tagapagbantay ng mga pusa sa mundong ito lalo na sa mga taong mapang-abuso sa kanila tulad mo!"

Napahinto ako sa pagkain at humarap sa kanya. Gusto ko siyang sugurin at kalmutin sa mukha pero hindi ko magawang kontrolin ang katawan ni Mingming.

"Hindi mo magagamit ang katawan ni Mingming para makapanakit ng iba, Minmin. Kaya huwag mo ng tangkain pang gumawa ng anumang bagay para sa sarili mong hangarin. Manananatili kang nasa katawan ni Mingming hanggang hindi ka nagbabago."

Pagkasabi niya no'n ay bigla niya na lang akong tinalikuran pero bago siya tuluyang umalis ay may sinabi pa siya sa akin.

"And don't worry about your mother. Hindi siya mag-aalala sa'yo at hindi ka rin niya hahanapin. I'll told her that you're on a school trip. I'm a Cattest, remember?"

Sinasabi niya pa iyon habang nakangiti na parang nakakaloko! Argh! Gigil na gigil ako sa kanya nang sabihin niya iyon pero wala naman akong ibang magawa kundi mag-meow sa kanya!

So, isa pala itong parusa kaya nasa katawan ako ni Mingming ngayon?

Wow! Hindi ko akalain na posibleng mangyari 'to sa totoong buhay. Cattest? Tagapagbantay ng mga pusa sa mundo? Nakakabaliw!

Saka anong sabi niya? Para makaalis ako sa katawan ng pusang ito kailangang baguhin ko ang sarili ko para sa mga pusa? Never 'yong mangyayari! Asa pa siya?! Forever na lang akong mananatili sa katawan ng pusang 'to! Wala akong pakialam kung hindi na ako makabalik pa sa katawan ko. Wala rin naming pakialam sa akin si mama kaya ano pang saysay kung babalik ako sa sariling katawan ko?

Natawa ako sa isip nang maalala ang sinabi ng pangit na doctor na 'yon!

I'll told her that you're on a school trip.

Napaniwala talaga siya ng iba? Parang hindi niya ako anak hindi niya alam na hinding-hindi ko magagawang umalis nang hindi mismo nagpapaalam sa kanya.

Ang sakit 'ma! Sana alam mo.

Kapag naiisip ko ang mga nangyari hindi ko maiwasang mapamura sa magkakahalong pakiramdam na namamayani sa loob ko. Inis, galit, tampo at sama ng loob. Si Mingming lang naman ang puno't dulo ng lahat ng 'to!

Kung patayin ko na lang kaya sa gutom ang pusang 'to para mamatay na siya at nang malaman ng doctor na 'yon kung ano ang deserve na sinasabi niya?

Mingming Isn't Meowing

"Cats speak only to those who know how to listen."

~Sigmund Freud

~*~

"Kumusta naman po si Mingming?" rinig kong tanong ni mama kay doc habang pinagsasaluhan nila ang dalang pagkain ni mama.

Kahit ngayon lang sila nagkakilala malapit na ang loob nila sa isa't isa. Pero wala naman silang ibang pinag-usapan kundi tungkol sa mga pusa. *Tsk. Mukhang mga pusa!*

"Na-check up ko na po si Mingming, okay na okay na po siya at wala naman po siyang ibang damage maliban po sa maliit niyang gasgas sa tagiliran."

"Mabuti naman po, doc." Nakahinga na nang maluwag si mama. Nilingon niya si Mingming. Halata ko pa rin sa mata ni mama ang lungkot at pag-aalala kahit alam niyang okay na ang walang kwenta niyang alaga. "Alam mo doc, sobra talaga akong nalungkot at nag-alala sa kanya kanina. Akala ko talaga kanina iiwan na ako ni Mingming ko."

Ngumiti si mama ng mapait. Hindi ko maiwasang ma-curios kung bakit ganito na lang ang affection niya sa pusang 'to. Kahit nasasaktan ako na malamang mas nag-aalala siya rito may parte sa akin na gustong malaman ang dahilan.

"Noong makita kong may dugo siya nanginginig na ang buong katawan ko. Halo-halo ang naramdaman ko. Takot, lungkot, pag-aalala. Alam mo ba 'yung ganoong pakiramdam, doc?" Nilingon ni mama ang doctor at siya naman ang lumingon kay Mingming.

"Opo madam, alam ko pa ang ganoong pakiramdam," sabi ni doctor. "Ang mga taong nagmamahal lang sa mga hayop ang makakaunawa ng ganoong pakiramdam at hinding-hindi iyon mauunawaan ng mga taong salbahe sa kanila."

May pinaringgan ba ang doctor na 'to? Kung kalmutin ko kaya siya diyan!

"Tama ka diyan, doc. 'Yung anak kong si Minmin ayaw na ayaw rin sa mga pusa," narinig kong humalakhak na si mama kaya kahit papaano nabawasan ang bigat sa dibdib ko. Naalala niya pa pala ako. "Pero doc never iyon nanakit ng hayop. Hindi niya sinasaktan si Mingming kahit palaging pinapasakit ang ulo niya. Siguro sungit-sungitan lang din iyon pero mahal din naman ang Mingming namin."

Proud na proud si mama habang sinasabi iyon nang nakangiti.

Hindi niya alam ang totoo. Hindi ako mabait sa mga hayop. Hindi ko gusto si Mingming. Hindi totoo na hindi ko sinasaktan si Mingming. Ayoko sa kanya kaya gusto ko na siyang mawala sa buhay namin kaya nga tinangka ko siyang saktan at patayin. Inaagaw niya ang atensyon ng mama ko sa akin. Kahit isa lang siyang pusa at kahit wala siyang ibang ginawa kundi mamurwisyo lang sa buhay namin mahal na mahal siya ni mama. Samantalang ako lahat ginagawa ko para lang pansinin ako ni mama. Para lang ma-a-appreciate niya lahat ng ginagawa ko pero wala.

I hate cats. I hate Mingming!

"Ah... Madam, hindi pa po ba kayo uuwi? Madilim na po pala ang langit," segue ni doc upang ibaling sa iba ang usapan.

Napatingin si mama sa labas ng clinic dahil sa sinabi niya. "Hala oo nga gabi na! Maaga pa nga pala ako bukas. Sige na po doc tutuloy na po muna ako. Kayo na po munang bahala sa Mingming ko."

Ngumiti si doc kay mama habang nagpapaalam. Pag-alis ni mama sinarado na ni doc ang clinic niya at pumasok sa isang room. Hinintay ko siyang lumabas pero kinabukasan ko na ulit siya nakita.

Sa loob ng buong magdamag ang daming bagay ang naglaro sa isip ko. May parteng naiintindihan ko na ang lahat ngunit may parteng tinatanggihan itong intindihin ng isip ko. Galit ako kay Mingming at hinding-hindi ko siya gugustuhin at mas lalong hinding-hindi ko siya mamahalin.

Kinabukasan hindi pa nagbubukas ang clinic pero nakita ko na si mama sa labas ng glass door. Hinihintay niyang magbukas ang clinic para kunin na si Mingming.

Hindi niya ba talaga ako hinahanap? Si Mingming na lang ba talaga ang mahalaga sa kanya kaya wala na siyang pakialam sa akin? Siguro nga wala lang sa kanya kung malaman niyang namatay ako sa insidenteng nangyari. Si Mingming pa rin ang iisipin at aalalahanin niya.

Sana alam ni mama na nasasaktan niya na ako sa ginagawa niya. Anak niya ako pero hindi niya man lang pinapahalagahan ang nararamdaman ko.

Oo, alam kong kaya ganito katigas ang puso ko dahil galit at nagseselos ako kay Mingming. Paanong hindi ko ito mararamdaman kung harap-harapan kong pinapakita niya sa akin na wala na lang ako sa kanya?

Ano bang meron sa pusang 'to? Sino ba si Mingming para sa kanya at kaya niyang saktan ang damdamin ko at ipagpalit ako rito?

"Good morning doc!" masiglang bati ni mama kay doc nang buksan na nit doc ang pag-aari niyang clinic.

"Magandang umaga rin po Madam, ang po ninyo ah!"

"Opo. Miss ko na rin po kasi ang alaga ko," sabi ni mama at nilapitan si Mingming.

Binuhat at nilambing niya sa Mingming gaya ng palagi niyang ginagawa. Napansin kong nagtaka ang reaksyon ni mama nang hindi man lang nag-meow si Mingming. Hindi ko rin alam kung bakit ayaw kumibo ng pusang ito mula pa kanina. Siguro may kinalaman na naman ang doctor na 'to! Talagang namumuro na siya sa akin!

"Okay lang po ba talaga siya? Parang may mali po sa kanya doc," nag-aalala na naman si mama. "Hindi man lang po siya nag-me-meow. Maingay at makulit po si Mingming ko pero bakit ang tahimik niya po ata ngayon?" Lumapit si doc at chineck si Mingming. Nakatingin lang si mama at hindi na naman mapalagay.

Gustong-gusto ko ng umuwi sa bahay namin. Na-mi-miss ko na ang kwarto ko, ang amoy ng ulam na niluluto ni mama sa umaga—bumusangot ako nang may mga sumingit na nakakainis na alaala sa loob ng bahay namin na galit ako at iritado dahil kay Mingming. Dahil sa mabaho niyang poop sa iba't ibang sulok ng bahay at sa ilalim ng kama ko, ingay ng mga gamit namin na nahuhulog kapag naglalaro siya at ang maingay na meow niya na masyadong masakit sa tainga.

"Madam, hindi pa po natin puwedeng pauwiin si Mingming," anunsyo ni doc.

"Bakit po, may sakit po ba si Mingming?" malungkot na ani mama.

"Maybe she was traumatized about what happened yesterday. Kailangan muna po nating obserbahan si Mingming ng ilan pang araw."

What?! No way!

Sinungaling ang doctor na 'to! Ginagamit niya ang kapangyarihan niya para kontrolin si Mingming!

"Pero wala na po kayong dapat pang alalahanin dahil sagot ko na po lahat ng kakailanganin niya," nakangiting pangungumbinsi niya kay mama. As if hindi ko alam na gusto niya lang na magdusa ako sa katawang ito nang mas matagal pang panahon at sa clinic niyang amoy pusa!

I hate her!

Minmin Is Sweet

"Cats are the small rays of light who brighten our days for a short time."

~Connie Willis

~*~

Nang malaman kong ilang araw pa akong mananatili sa clinic ng doctor na 'yon mas lalong nanamlay ang pakiramdam ko. Kahit kumakain at naglalaro ang pusang ito ay hindi ako makaramdam ng kahit na ano. Hindi lang kasi talaga ako sanay na wala sa bahay at sobrang miss ko na rin ang bahay namin. Gustong-gusto ko nang umuwi sa amin!

"Napag-isip-isip mo na ba ang lahat?" tanong ng epal na doctor pagkaalis ni mama para maglako ng paninda niya.

Binuhat niya si Mingming at nilagay sa kandungan niya. Marahan niyang hinahaplos ang makapal at puting-puting balahibo ni Mingming. Nilalambing niya ang pusa kahit alam niyang ako ang nasa katawan nito. Hindi ko alam kung nananadya lang ba talaga siya at gusto akong inisin. Pero gayonpaman kahit hindi ako totoong pusa may kakaibang hatid na saya sa pakiramdam ang paghagod niya sa balahibo ni Mingming at nararamdaman ko'yon dahil nasa katawan niya ako.

Naisip kong sinadya talaga ng doctor ang lahat ng ito para malaman ko ang pakiramdam kung paano maging isang pusa. Iniisip niyang pagkatapos nito ay mamahalin ko na rin ang mga pusa gaya ng gusto niyang mangyari pero hinding-hindi mangyayari 'yon! Hindi siya magtatagumpay sa plano niya!

May mahinang tunog akong naririnig at nararamdaman. Parang vibration sa loob ng katawan ng isang pusa. *Damn!* Ano 'yon?

"You're purring! Do you love it?" tuwang-tuwa ani doc habang nilalambing si Mingming.

Purring? Ano naman iyon?

Ang sarap at ang gaan-gaan sa pakiramdam nang ginagawa niyang paghaplos sa balahibo ni Mingming. It feels very comfortable and relaxing. Nang itigil niya ang ginagawa ay ang pusa naman ang nagkusang lumapit kay doc at parang ito naman ang nanlalambing sa kanya.

I didn't know that cats are such a weird beast but anyway I found them sweet too. Hindi ko sigurado kung tama ba ang assumption ko sa kanila pero pakiramdam ko bilang tao na nasa katawan ngayon ng isang pusa nararamdaman kong nature nila ang maging sweet monster. Yeah! They're like monster for me concealing with those innocent face!

"Wanna eat some tuna for today's lunch, baby?" malambing natanong ni doc. Tumayo siya at lumapit sa table kung saan nakalagay ang mga pagkain ng pets sa clinic niya.

Sumunod ako sa kanya... I mean sumunod ang pusa sa kanya. Habang binubuksan ni doc ang canned tuna 'yung pusang si Mingming naman ay kinikiskis ang balahibo at mukha sa binti ni doc at parang nanghihingi ng atensyon dito at tila gusto muling magpa-pet.

Ngayon ko lang nalaman na may sweetness palang tinatago sa katawan ang pusang ito. Akala ko kasi ang alam lang niyang gawin ay manira at manggulo ng mga gamit sa bahay. But anyway, she's still the most hated cat for me.

"Eat well," sabi ni doc pagkahain ng tuna saka mahinang kinurot ang ibabaw ng ulo ng pusa.

Hindi siya umalis sa tabi ko at pinapanood akong kumakain. I don't understand but she seems very happy seeing a cat eating. This doctor is weird as cats. Ang babaw ng kaligayahan.

Sa mga sandaling nasa clinic ako ni Doc Precious ang daming bagay kong natutunan lalo na sa mga pets. I hate pets so much because I thought they were just a burden to their owner.

At mas lalong ayoko naman sa mga pusa. Pero dahil nasa isa akong clinic at iba't ibang personality ng mga hayop ang nakikilala at nakakasalamuha ko nag-iba ang pananaw ko tungkol sa kanila.

Hindi pala sila burden gaya ng inaakala ko.

Minsan narinig ko ang sinabi ng isang cat owner ng isang Persian Breed na kumunsulta kay Doc Precious. Sabi niya hindi basta pet ang tingin niya sa alaga niya kundi isang pamilya. Naalala ko ang relasyon ni mama at Mingming nang marinig ko iyon. Kaya pala mahal na mahal ni mama ang alaga niya kasi tinuring niya na rin itong parte ng pamilya namin.

Wala akong kaalam-alam tungkol sa pagmamahal sa mga hayop kaya marahil tama si Doc Precious. Deserve ko nga itong nangyari sa akin.

Sa loob ng maikling panahon na nasa katawan ako ni Mingming hindi ko akalain na may aral pala akong mapupulot dito.

Siguro hindi ko lang talaga hilig mag-alaga ng pets kaya hindi ko alam ang pakiramdam o kung bakit wala akong alam tungkol sa kanila. Pero ngayong may iba't ibang pets and owners akong nakasalamuha naisip kong kaya ko rin pala silang mahalin gaya ng iba... hindi ko lang sinusubukan.

"Meow!"

Halos lumukso ang puso ko sa saya nang finally ay nag-meow si Mingming. I mean ako pala 'yung nag-meow. Na-excite lang ako dahil narinig kong pupunta ngayon si mama. Susunduin niya na ngayon si Mingming. Makakauwi na ako sa bahay namin!

"Okay ka na ba?" tanong ni Doc Precious kay Mingming.

Hindi ko alam pero pakiramdam ko may iba siyang pinakahuhulugan sa tanong niya. Kung ano man iyon hindi ko rin sigurado kung masasagot ko.

"It's been almost a week. Siguro naman may improvement ka na ngayon," nakangiting sabi niya at kinurot-kurot ang balahibo ni Mingming. Mayamaya'y hinahaplos niya na ito ng marahan

"Susunduin ka na ngayon ng owner mo. Uuwi ka na sa bahay ninyo. I hope you learned a lot from here," sabi pa niya bago ako iwan.

So, she really meant about it. Pero tama naman siya, it's been a week since that incident happened and there so many things I've realized within a short time. Sa loob ng buong isang linggo na iyon hindi ko rin expected na hahanap-hanapin ko ang kakulitan niya. Ang mahabo niyang poop at pee na bumubungad at gumigising sa akin sa umaga. Ang maingay niyang meows sa buong araw. Ang pagiging tertorrial niya, ang makapal niyang balahibo, ang mga mata niya at ang mismong siya na palaging nakatingin sa akin kahit hindi naman kami close.

Bigla ko na lang itong naramdaman isang araw na parang nag-crave akong makita siya. Siguro naimpluwensiyahan ako ng mga owner na nakakasalamuha ko dahil nakikita ko kung paano nila ingatan at mahalin ang mga pets nila. Na parang gusto ko rin subukan mag-alaga ng pets gaya nila. I realized how envious I am about everything that even Mingming couldn't escape to it but I want to see her once again. I want to carry her. I want to hug and kiss her. I want to make food for her. I want to pet her 'till I hear that satisfying slow and soft vibratory sounds of feeling love, relax, calm and contentment. I'm really badly want to come back home.

"Nandiyan na pala kayo," sabi ni Doc Precious.

Meow ako ng meow dahil gusto kong mapansin agad ako ni mama. Para malaman niyang okay na okay na si Mingming at wala ng sakit.

"Upo muna po kayo," alok ni doc kay mama. Tumingin saglit sa akin si mama at ngumiti. Naupo sa tabi niya si Doc Precious at nagsimula na na naman silang magkwentuhan. Hindi ko alam kung sinadya talaga nilang hinaan ang pinag-uusapan nila para hindi ko ito marinig pero dahil nasa katawan ako ni Mingming na isang pusa ay malinaw kong narinig ang lahat.

Mingming Loves Minmin

"You can never forget the moments spent with a good cat."

~Leo Dworkin

~*~

"**B**akit po naiiyak kayo?" matawang-tawang tanong ni Doc Precious kay mama pero bakas sa mukha niya ang pag-alala.

"Tears of joy lang po ito, doc," natatawang sagot ni mama kay doc habang pinupunasan ang mga luha niya. "Masaya lang po akong malamang okay na po si Mingming at makakauwi na po ulit siya sa bahay namin."

Tinapik ni doc ang balikat ni mama habang nakangiti rito.

"Basta po don't hesitate to come back here anytime you want lalo na po kung nagpakita na naman ng attitude si Mingming," natatawang sabi ni doc palingon sa gawi ko. Pinaparinggan ba niya ako?

"Attitude?" takang ani mama. "Attitude po ba si Mingming ko sa inyo?"

Natawa lang si doc pero hindi niya na sinagot ang tanong ni mama. Dapat lang na manahimik siya at baka bigla siyang madulas at masabi ang totoo. After ng ilang segundong pananahimik nila narinig kong kumibo ulit si mama.

"Alam mo ba doc hanggang ngayon hindi ko pa rin maunawaan kung bakit ang layo-layo ng loob ng anak kong si Minmin kay Mingming," matawa-tawang pahayag ni mama. Wala namang imik si doc at tahimik na nakikinig at nakatingin lang mabuti kay mama. "Hindi niya alam kung gaano siya kamahal ng pusang iyon at kung gaano nila kamahal ang isa't isa."

Anong ibig sabihin ni mama sa sinasabi niya?

"Ano pong nangyari, Madam?" ani doc.

Ngumiti muna sa kanya si mama bago nagkwento rito.

"Nagkasakit ng malala dati si Minmin noong maliit pa siya. Akala nga namin ng papa niya hindi niya mapagtatagumpayan ang hamon na iyon sa mura niyang edad. Pero dumating si Mingming sa amin, maliit pa rin siya noon. Kuting pa at nasa mura pa ring edad gaya ng anak namin. Nakita namin siya sa gilid ng tulay may sakit din at halos ikamatay niya na ito. Dinala agad namin siya ng mister ko sa clinic. Pero matapang si Mingming na-overcome niya ang sakit niya. Inalagaan namin siya at inuwi sa bahay. Napaka-sweet niyang pusa at sobrang playful. Naging close sila ni Minmin. Naging parang magkapatid ang dalawalang iyon at ayaw na ayaw malalayo sa isa't isa. Naalala ko pa nga noon talagang umiiyak si Minmin kapag sinasabi namin sa kanya na tinapon na namin si Mingming. Ganoon din si Mingming kapag matamlay si Minmin.

"Mahal na mahal talaga nila ang isa't isa."

Habang sinasabi iyon ni mama may mga blurry memories na sumagi sa isip ko. Isang batang babae at ang isang puting kuting. Masayang naglalaro, nagkukulitan, magkayakap matulog at sabay na kumakain.

That little girl looks very happy with that white kitten that she almost forgotten her severe condition.

Hindi ko mapigilang mapangiti. May kirot sa puso. Bakit parang ang sakit? Bakit parang nasasaktan ako at gusto kong umiyak ngayon nang marinig iyon mula kay mama?

"Hinding-hindi ko nga malilimutan doc ang sinabi ni Minmin noon." Lumingon sa gawi ko si mama. Nag-meow ako sa kanya para sabihing nami-miss ko na siya at gusto ko nang umuwi sa bahay namin. Sana nauunawaan niya ako. Sana kahit ang meow ko na lang ang maintindihan niya kahit hindi na ang nararamdaman ko.

"Sabi niya mamamatay ako mama kapag namatay si Mingming," pagkasabi noon ni mama naramdaman kong parang may gumuhong matigas na yelo sa loob ng dibdib ko. Parang gustong bumaha ng mga luha ko para lang mapakawalan ang mabigat na nararamdaman ko ngayon na nag-uumapaw ng labis sa loob ko.

"Dahil sa pagmamahal ni Minmin kay Mingming at sa pagmamahal nila sa isa't isa nagawa ni Minmin na gumaling sa sakit niya para kay Mingming. Para makapaglaro sila ng maraming oras. Para mayakap at makasama nila ang isa't isa nang matagal pang panahon."

Hindi na naawat ni mama ang bigat na nararamdaman niya at napahagulgol na siya kay doc habang nakayakap dito.

Habang nakatingin ako sa kanila sunod-sunod namang nag-flashback sa isip ko ang mga alaala noong bata ako kasama si Mingming. Kumawala lahat ng alaala na matagal nang nakulong sa isang parte ng utak ko. Mga alaalang sa tagal ng panahon ay nakalimutan ko na. Sumagi ang mga eksenang nilalapitan at tinatabihan ako ni Mingming upang ipaalala sa akin ang mga alaalang nalimot ko na. Ang matiyagang pagbabantay at paghihintay niya sa akin kahit saan ako pumunta.

Sa umaga na pumu-poop siya sa ilalim ng kama ko para magising ako dahil mahirap akong gisingin. Iyon ay dahil ayaw niyang ma-late ako sa school dahil pagagalitan ako ng teacher namin. Sa umaga bago ako pumasok sa klase ko nasa karenderya siya ni Aling Pauletta na parang may hinihintay at binabantayan. Maging sa pag-uwi ko nandoon siya.

Hindi ko alam na ako ang palagi niyang hinihintay at binabantayan. Hindi ko alam na lahat ng iyon ginawa niya para sa akin. Para sa akin... sa akin.

"Nakakabuwiset na talaga 'yang alaga ninyo ma! Itatapon ko na talaga 'yon!"

Sa inis ko ay kinuha ko ang isang pares ng tsinelas ko at binato sa kanya.

Papatayin ko talaga siya para mawala na siya sa buhay namin!

Luminga-linga ako sa paligid at tamang-tama may nakita akong patpat sa basurahan. Pasimple ko iyong dinampot saka marahang lumakad sa kinaroroonan ni mingming para ipalo iyon sa kanya.

Naiinis ako sa sarili ko. Nagsisisi ako. Bakit hindi ko naisip na mahal niya ako? Bakit nakalimutan ko ang mahalagang parte ng buhay ko na kasama siya? Tinatanong ko ngayon ang sarili. Anong sinusukli ko sa lihim niyang pagpapaalala at pagmamahal sa akin? Sa halip na pagmamahal ang ibalik ko sa kanya nagdadamdam ako at sumama ang loob. Nagtampo at nagalit dahil pakiramdam ko parang siya na lang ang nakikita ni mama. Pakiramdam ko siya na lang ang mahalaga at mahal ni mama. Pero ang totoo pantay lang ang pagmamahal sa amin ni mama. Masyado akong binulag ng nararamdaman ko. Binulag ako ng galit at selos.

Nakalimutan ko nang umintindi at magmahal.

Huli na ba ang lahat para magsisisi ako? Hindi na ba ako makakabalik muli sa katawan ko?

Hindi ko na ba magagawang itama pa ang mga pagkakamali ko?

Hanggang dito lang ba ang talaga ang lahat?

Gusto kong bumawi sa kanya at sa lahat ng pagkukulang ko. Gusto kong bawiin ang mga sandaling nasayang.

Pero paano? Nasa katawan niya ako.

Kung bibigyan pa ako ng isang pagkakataon kahit hindi na ako makakabalik sa katawan ko. Kahit makita ko na lang siya at mayakap para sabihin kung gaano ako nagpapasalamat na dumating siya sa buhay ko.

Totoo nga talaga ang kasabihang nasa huli ang pagsisisi. Pero ganito ba talaga kasakit ang pakiramdam nang nauwi na lang sa huli ang lahat nang wala ka man lang nagawa?

Ang sakit. It feels like I'm dying not only inside but deep on my soul.

I lost a treasure...

Love Of Feline

Marahan kong pinikit ang mga mata ko nang maramdaman ko ang mainit na likidong tumulo sa mga mata ko. Posible palang umiyak ang isang pusa kapag nasasaktan sila. They have feelings too. They can be so much happy, sad, and in pain as human.

Ngunit laking pagtataka ko nang marinig ko ang pamilyar na meow kahit hindi naman ako nagsalita. Minulat ko aking mga mata nang maramdaman may malambot na balahibong kumikiskis sa binti ko.

I saw her! I saw Mingming purring and meowing at me.

Hindi ko alam kung totoo ba ito o nananaginip lang ako pero hindi ako makagalaw sa kinatitindigan ko ngayon. Natatakot akong magkamali na naman ako at mauwi na naman sa wala ang maging kilos ko.

Paano kung hiram na sandali lang ito? Paano kung pinakita lang siya sa akin saglit?

"Hindi ka nananaginip, Minmin. Totoong nakabalik ka na sa katawan mo," matawang-tawang sabi ni Doc Precious at lumapit kay Mingming at binuhat ito.

Pagkasabi niya no'n ay agad kong kinuha si Mingming sa kanya at binuhat ito. Tinadtad ko siya ng mga yakap at halik habang umaagos ang luha sa mga mata ko. Sa dami ng gusto kong sabihin sa kanya ay tanging sorry lang ang lumabas sa bibig ko.

~*~

"Say cheese!" sabi ni Doc Precious upang mapangiti kami ni mama ng malapad sa harap ng camera.

Pagkatapos niya kaming kuhanang tatlo ni mama at ni Mingming kaming dalawa naman ni Mingming ang kinuhanan niya ng litrato. Humingi sa amin ng permission si Doc Precious para ilagay ang kwento namin ni Mingming sa blog niya.

Ang overwhelming at unique raw ng kwento namin ni Mingming kaya marapat lang na ipaalam ito sa buong mundo upang maghatid inspiration sa maraming tao at sa mga taong katulad ko noong una na walang pagmamahal sa mga hayop.

Kapag naiisip ko ang mga nangyari ay natatawa na lang ako. Marahil kung hindi iyon nangyari hindi ko malalaman kung gaano ako kamahal ni Mingming.

Nasa Catherine's Garden pala kami ngayon na pag-aari ni Doc Precious. Umalis muna sila ni mama para bumili ng pagkain. Naubos na kasi namin ang dala naming pagkain dahil kanina pa kami kain ng kain. Inimbitahan niya kami rito dahil last day niya na rin ngayon. Aalis na siya bukas pero hindi niya nabanggit sa amin kung saan siya pupunta. Sabi niya lang nasa tabi-tabi lang siya. Malamang maghahanap na naman siya ng bibiktimahin. Pero inaamin kong mami-miss ko ng sobra si Doc Precious pag-alis niya.

Sa loob ng maikling panahon na nakasama ko siya ay maraming bagay akong natutunan dahil sa kanya. Siya ang nagpa-realize sa akin ng maraming bagay. Siya ang dahilan kung bakit naalala ko ulit ang mga nakalimutan kong alaala noong bata ako kasama si Mingming. Kung hindi dahil sa kanya hindi ko mararanasan ang ganitong klaseng saya. Ang ganitong klase ng pagmamahal na sa mga pet mo lang mararamdaman.

"Gutom na ba ang Mingming ko?" tanong ko sa puti kong pusa na ngayon ay natutulog nang mahimbing sa binti ko.

Nagising siya nang maramdaman ang marahang paghagod ko sa balahibo niya saka siya nag-meow sa akin. Tila gusto niyang magpabuhat kaya binuhat ko siya.

"Thank you..." tanging nasambit ko nang humalik siya sa pisngi ko pagkarga ko sa kanya.

"Thank you for not giving up on me. I promise to love you forever."

My body are slowly swaying as I heard the soft music played inside my head. It's like a song of love as cat makes sounds of feeling affection and care with her owner.

Hindi ko naisip kahit kailan na mag-alaga ng pet o mahalin sila, but my young self did it. My young self love them before I knew it. Hindi ko na maisip ngayon ang araw-araw na darating na walang love of feline.

"I love you, Mingming and I always will," pagkasabi ko noon sa kanya may tunog ng camera akong narinig.

Kinuhanan na naman kami ng picture ni Doc Precious. She really loves capturing memories and I think I should do it too from now on. Para naman hindi lang ito nasa isip ko kundi nasa pictures din na puwede kong balik-balikan anytime.

"You look so sweet together," sabi ni Doc Precious at ngumiti sa amin ni Mingming.

Mingming just meow at her.

"I know, thank me later" sagot ni doc at kumindat pa kay Mingming na parang nauunawaan ang sinabi nito.

Hindi ko na lang pinansin ang tugon niya kay Mingming. Naiintindihan ko na ang nararamdaman niya ngayon dahil inisiip din ng iba na nasisiraan na ako ng ulo kapag kinakausap ko si Mingming. Kahit ano pang isipin nila sa akin hinding-hindi nila mauunawaan ang nararamdaman ko dahil hindi nila alam kung anong pakiramdam ng may feline na nagmamahal sa'yo.

Sabi nga ni Sigmund Freud. *"Time spent with cats is never wasted."*

About the Author

Precious Paloma

Precious Paloma, also known as "Perecious," was born on May 18, 2002 on Quezon City, Manila. She started writing stories when she was Grade 7 and still pursuing her passion until now that she's a college student. She considers writing as her comfort zone wherein she can freely share anything she wants. She writes one-shot stories, short stories and novels in different genres such as fantasy, young-adult, and horror. She writes her stories on different writing platform to share her ideas worldwide. And one of her biggest dreams is to be an author with published books and she's trying her best to make that dream come true and to show with people who doesn't believe her that she can make her dream possible.

www.ingramcontent.com/pod-product-compliance
Lightning Source LLC
LaVergne TN
LVHW041558070526
838199LV00046B/2037